மகளுக்குச் சொன்ன கதை

மகளுக்குச் சொன்ன கதை
சே. பிருந்தா (பி. 1976)

மழை (நவம்பர்) மாதம் இரண்டாம் நாள் பிறந்தவர். இந்தி இலக்கியத்தில் முதுகலைப் பட்டம் பெற்று, தனியார் நிறுவனம் ஒன்றில் பணிபுரிகிறார். மனதைப் பண்படுத்த வாசிப்பும் எழுத்தும்; உடலைப் பண்படுத்த 34ஆம் வயதில் கராத்தே கற்று கடந்த மே மாதம் ப்ளாக் பெல்ட் பெற்றார்.

பிருந்தாவின் சில கவிதைகள் ஆங்கிலத்திலும் மலையாளத்திலும் பெயர்க்கப்பட்டுள்ளன.

'தேவமகள் இலக்கிய விருது' (2000), திருச்சி எஸ்.ஆர்.வி. பள்ளியின் 'படைப்பூக்க விருது' (2014) பெற்றுள்ளார்.

இவருடைய முதல் தொகுப்பு 'மழை பற்றிய பகிர்தல்கள்' (1999), இரண்டாம் தொகுப்பு 'வீடு முழுக்க வானம்' (2009).

மின்னஞ்சல்: brindhass@yahoo.co.in

சே. பிருந்தா

மகளுக்குச் சொன்ன கதை

காலச்சுவடு பதிப்பகம்

மகளுக்குச் சொன்ன கதை ♦ கவிதைகள் ♦ ஆசிரியர்: சே. பிருந்தா ♦ © சே. பிருந்தா ♦ முதல் பதிப்பு: டிசம்பர் 2014 ♦ வெளியீடு: காலச்சுவடு பப்ளிகேஷன்ஸ் (பி) லிட்., 669, கே.பி. சாலை, நாகர்கோவில் 629001 காலச்சுவடு பதிப்பக வெளியீடு: 606

makaLukkuc conna katai ♦ Poems ♦ Author: S. Brindha ♦ © S. Brindha ♦ Language: Tamil ♦ First Edition: December 2014 ♦ Size: Demy 1 x 8 ♦ Paper: 18.6 kg maplitho ♦ Pages: 72

Published by Kalachuvadu Publications Pvt. Ltd., 669, K.P. Road, Nagercoil 629001, India ♦ Phone: 91-4652-278525 ♦ e-mail: publications @kalachuvadu.com ♦ Wrapper printed at Print Specialities, Chennai 600014 ♦ Printed at Mani Offset, Chennai 600005

ISBN : 978-93-82033-72-1

12/2014/S.No. 606, kcp 1167, 18.6 (1) ILL

எனது மகளுக்கு

நன்றி

தன் வாழ்வின் லட்சிய நாவலுக்கு நடுவே கவிதைகளை வாசித்து,
கருத்துகளைப் பகிர்ந்து (காறித் துப்பி)
புத்தகத்திற்கு தலைப்பிட்ட தமிழ்நதி'க்கு (பின்னட்டை வரிகளுக்காகவும்)

விமர்சனவுரை வழங்கிய இசைச் சக்கரவர்த்தி
நள மஹாராஜாவுக்கு

எனக்கு மட்டுமல்ல என் மகளுக்கும் வாழ்க்கையின்
ரோல் மாடலாக விளங்குகிற எனது பாஸ் கணேஷண்ணா'வுக்கு
(மனிதர்களைப் புரிந்துகொள்வதில் அதிவேகமும்,
அவர்களைக் கையாள்வதில் வெகு நிதானமும்,
ஒவ்வொருவரின் தனித்துவத்தையும் மதிக்கும் பண்பும்
இவரிடம் நான் என்றென்றும் வியப்பவை, கைக்கொள்ள விரும்புபவை)

பணியிடத்தில் நான் நினைப்பதற்கு முன்பாக
என் நினைப்பைச் செயலாற்றுகிற ஸ்ரீராம் மற்றும் சரவணா'வுக்கு

என் நட்புலகத்திற்குக் கூடுதல் இனிமை சேர்த்திருக்கிற
சபிதா' மற்றும் சுபாஷினி'க்கு

காலச்சுவடு கண்ணன்

வெளியிட்ட *காலச்சுவடு, ஆனந்த விகடன், கல்கி*
மற்றும் *மலைகள்.காம்*

அட்டைப்படம் – தன் கனவு வீட்டை எனதாக்கிய ரித்திகா ஸ்ரீ

– எல்லாருக்கும் என் நன்றி 1 நன்றி 2 நன்றி 3

பொருளடக்கம்

என்னுரை	11
நீ யாரோ'வாகிய தினம்	13
சாத்தானிடமிருந்து கடவுளுக்கு	14
அழ முடியாத் துயரம்...	15
எனது தோழியின் மகள்	16
இந்த ஒரு வருடத்தில்...	18
கடவுளைத் தொந்தரவு செய்யாததற்கு – சில காரணங்கள்	19
யாருடைய கிரீடத்தில் முட்கள் இல்லை...	20
எங்கிருந்து தொடங்குவது...	21
ஒரு அலைபேசி எண்ணைத் தொலைப்பது...	22
என் அன்பை...	22
ஞாபகமிருக்குமா கடவுளுக்கு,...	23
ஒரு தனிமைப் பெண்ணும்...	23
இப்படிக்கு மகள்(கள்)	24
பூமியெல்லாம் மகளுக்கு	26
மகளுக்குச் சொன்ன கதை	27
நம்பகத்தன்மை பிறழ்ந்தபோது	28
எங்கு நிறுத்த வேண்டுமென்பதை...	30
தின மரணக் குறிப்புகள்	31
எஞ்சியது	35
பறவைகள் ஒருபோதும்...	36
ஒரு மழை...	37
அவளின் தனிமைக்குள் உட்புக முடியவில்லை	38
அந்த நினைவின் அறை பக்கம்...	40
ஒரு முத்தத்தினின்றும் வெளிவருதல்	41

அலிபாபா திறக்கக் காத்திருக்கும்...	42
எங்கெங்கு காணிணும்...	43
ஒரு முத்தத்தைப் பின்தொடருதல்	44
அன்பின் தடங்கல்	46
புறாக்கள் இன்னும் வீடு திரும்பவில்லை...	47
வெப்பம் மிகுந்தது என் தனிமை...	48
உண்ணச் செரிக்காத தனிமையை...	48
பழகிய மிருகங்களிடம் பதற்றமுறுவதில்லை மனது	49
சம்பவங்களில் ஒன்றைக் காலம் மறந்துவிட்டது...	49
யாரும் என்னிடம் கவிதை கேட்கவில்லை	50
மா நகரம்	50
யாருடைய புதன்கிழமை	51
நீயில்லாத ஊர்	52
நீந்திக் கடப்பதோ...	52
கனவின் தூரம் 50 கிமீ	53
பைத்தியக்காரியின் சைகைகளையொத்த மரணம்	54
இருபத்தோராம் நூற்றாண்டு கடவுளும், மகளும்	55
மாயக் கிணறு	56
முடிவுறாக் காதல்	57
அன்பின் அலை(க்கழிப்பு)கள்	58
கடவுளைப் போல அறியப்படாத தொலைவு	59
சூரியனைப் போல தினமும் விடிந்துவிடுகிற இந்தக் காதல்	60
பேசியது வலிக்கிறது...	60
சாதாரண அழகு...	61
பிரிவும் பிரிதல் நிமித்தமும்	61
நகரச்சாலையில் பதறிப் பறக்கிற வண்ணத்துப்பூச்சிகள்	62
தவிப்பின் மொழிபெயர்ப்பு	63
விஷமேறிய கவிதை	64
தெரிந்த வழிகளிலே தொலைந்துபோனவள்	65
மந்திரம் போல் சொல் வேண்டும்	66
விமர்சனவுரை: வெள்ளந்திக்கருளாள்!	67

என்னுரை

யாருடைய வலியையும் பெற்றுக்கொள்ள முடியவில்லை; நம் வலியை நம்முடையதாகவே யாரையும் உணரச் செய்ய முடியவில்லை என்பதுதான் வாழ்வின் மிகப் பெரிய வேதனையாக இருக்கிறது. எல்லாமே பாவனையாகத் தோன்றுகிறது.

அதற்கு அப்படியே முற்றிலும் முரணாக –

யார் யாரிடமிருந்தோ பெற்றதுதான் இந்த அறிவு, எண்ணங்கள், வார்த்தைகள், கவிதைகள்... இந்த வாழ்க்கை... எல்லாமும். அந்த யாருக்கோ யார்'களுக்கோ நாம் எப்போதும் நன்றி செலுத்தியதே யில்லை. அதை அவர்கள் எதிர்பார்க்கவுமில்லை.

யாரோ விழுந்து கிடக்கையில் தூக்கிவிடுகிற யாரோவாக நானுமிருக்க விரும்புகிறேன்.

முந்தைய தொகுப்புக்கும் இதற்கும் ஐந்து ஆண்டு இடைவெளி. மொத்த வாழ்க்கையில் – சில வருடங்கள் நம்மைப் புரட்டிப்போடுவன, புடம் போடுவன, வடிவமைப்பன. அந்த வகையில் இந்த ஐந்து ஆண்டுகளும் வாழ்வின் மிக முக்கியமான வருடங்கள். கைவிடப்படுதல், துரோகம், பழி, வன்மம், மரணம், பிரிவு, நேசம், அன்பு, பாசம் மற்றும் வாழ்வின் எல்லாச் சுவைகளையும் ஒருசேர உணர்ந்த வருடங்கள்.

விழுகையில் தோளணைத்து, தவறுகையில் அதட்டி என்னை நிதானமானவளாக வாழவைக்கிற நட்புகள்.

பேச முயல்கிற முதல் வயதில் மகள் கொசு பறக்கிற மாதிரி கவிதை நோட்டில் எழுதி, 'ம்மா! கவித!' என்பார். என் வாழ்வின் இருண்ட காலத்தின் மின்னல் கீற்றுகள் அவை. தான் வளரும்போதே என்னையும் வளர்த்துக்கொண்டிருக்கிறார். மகளிடமிருந்து சிலவற்றை, மகளோடு சிலவற்றைக் கற்றுக் கொள்கிறேன். ஆசீர்வதிக்கப்பட்டதிந்த வாழ்க்கை.

எப்போதும் விழிப்புடனே இருக்க வேண்டிய வாழ்க்கை; அரைமயக்க நிலையிலேயே வைத்திருக்கிற கவிதை மனநிலை; இரண்டிற்கும் சார்பற்று, பல சமயம் குழப்பமான வாழ்நிலை செயல்பாடுகள்... சரியாகத்தான் நடக்கிறோமா? சென்று கொண்டிருக்கிற பாதை சரிதானா? சரிதான் என்று சொல்ல வாழ்க்கையில் நமக்கொரு முன்னோடி, நாம் நம்புகிற, நம்முடைய நலவிரும்பி தேவைப்படுவார்.

அப்படி நான் தயங்கி நின்றபோதெல்லாம்,

எனக்குக் கிடைத்திருக்கிற வாழ்க்கையை ஒரு வரமென்று உணரச் செய்கிற பத்மா(மா), தமிழ்நதி, இதோடுகூட தலையில்தட்டி வழிநடத்தும் அதிகாரம் பெற்ற மாலா, என் அக்கா டாக்டர் தனலட்சுமி, குட்டிப்பிசாசாகவும் லிட்டில் புத்தாவாகவும் என்னை ஆட்டிவைக்கிற – அன்பு செலுத்துகிற என் மகள் ரித்திகா ஸ்ரீ

– எல்லோருக்கும் என் அன்பு.

மக்களே! என் முதல் தொகுப்பிற்குப் பத்தாண்டுகளுக்குப் பிறகு இரண்டாவது தொகுப்பு போடும்போதுதான் முதல் தொகுப்பைப் பற்றின பாராட்டுதல்களை ஞாபகங்களை கிடைக்கப்பெற்றேன். தொகுப்பின் சமயம் அல்ல. காலத்தினால் கிடைக்கும் உதவி மட்டுமல்ல : காலத்தே கிடைக்கும் பாராட்டும் திட்டும் விமர்சனமும் என்னை மேலும் மெருகேற்றிக்கொள்ள உதவும். எனவே பாராட்டோ திட்டோ விமர்சனமோ காலத்தே செய்யுங்கள்.

சென்னை
24.09.2014

சே. பிருந்தா

நீ யாரோ'வாகிய தினம்

இதென்
இலையுதிர் காலம்

கனவுகள்
வர்ணமற்று

ஆபத்தைப் பகிராத
தனிமை

பிணவறையில் தேடிச் சலித்த
நண்பனின் துர்மரண முகம்

நோய்வாய்ப்பட்ட குழந்தை
உடனிருக்க —
யாருமற்ற நான்

நீ யாரோவாகிய தினம்
அதே போல் உலகம்

o

சாத்தானிடமிருந்து கடவுளுக்கு

கால் இடறி விழாமல்
குருட்டுப் பிச்சைக்காரனைத்
தொட்டு நிறுத்துபவர்

பைத்தியக்காரியின் கர்ப்பத்துக்கு
பொறுப்பேற்றுக் கொள்பவர்

சைகைகளில் காதலித்த பெண்ணை
தங்கையென்று சொல்லாதவர்

சாலையோர மரணங்களை
சகியாதவர்

சிறுமிகளை மகளாகவும்
நடத்தத் தெரிந்தவர்

சடலத்தின் முன்
குழந்தையின் வைத்தியப் பணத்தில்
குடித்து விட்டதாக ஒப்புக் கொள்பவர்

ஒரு நொடி பயணிக்கிறார்
சாத்தானிடமிருந்து கடவுளுக்கு

❍

அழ முடியாத் துயரம்

பகிர முடியாத தனிமை

சொல்லாத சொல்லின்
(மௌனமல்ல)
பதுங்கிய குதறல்

திறக்காத கதவின் பின்னால்
சாத்யமற்ற புன்னகை

பிரிக்காத பரிசு
உள்ளே
விஷம் தோய்ந்த கத்தி

அவிழாத முடிச்சின்

இன்னுமிருக்கிற இரகஸியம்

நிகழாத காதல்

பெறமுடியாத முத்தத்தின்
தீராத சுவை

நீ

❍

எனது தோழியின் மகள்

நான் பேசுவதாக
தோழி தன் மகளிடம்
தொலைபேசியைக் கொடுத்தாள்

அதொரு
அற்புதம் நிரம்பிய தருணம்

ஹலோ' வுக்கு பதிலாக
ம்யாவ்' என்றேன்

அன்றிலிருந்து நான் அவளுக்கு
Pussy cat Aunty

நேரில் சந்திக்கையில்
ரோஜாக்களோடு –
பிறகு Rose Aunty ஆனேன்

அவளின் கேள்விகள் நூதனமானவை
கவலைகள் ரஸமானவை

– ரயிலை யார் கழுவுவார்கள்
– பாசிபடர் குளத்தை எப்படி சுத்தம் செய்வது
– ரோட்டோர சிறுமி ஏன் புத்தகம் விற்கிறாள்
– சிறுமியின் அம்மா அப்பா என்னவானார்கள்
– ஆடு மாடுகள் மழையில் நனையுதே
   சளி பிடிக்காதா

– அவளுடைய கை
   அம்மாவினுடையதைவிட
   ஏன் சிறியதாக இருக்கிறது

சே. பிருந்தா

– சோறு சாப்பிட்டால்
  வயிறுதானே வளரணும்
  கையும் காலும் எப்படி வளருகிறது

இந்தக்கவிதை
அவளின் முடிவுறாக் கேள்விகளோடே
இப்படி முடிகிறது –

அவளின் அப்பா
ஏன் வீட்டுக்கே வருவதில்லை?

சாமிக்குப் பிரியமானவர்களை
தன்னுடன் அழைத்துக் கொள்வார் என்றால்
நாமெல்லாம் சாமிக்குப்
பிடிக்காதவர்களா?

O

இந்த ஒரு வருடத்தில்
நரைத்த என் முடிகள் அதிகம்

அழுது வீங்கியவை போல
தூக்கமிழந்த கண்கள்

பசலையில் இளைத்த உடம்பு
பற்றிதான் இலக்கியங்கள் பேசுகின்றன
டிப்ரஷனில் ஊதி
வெடிக்கத் தயாரான
உடல்களை அவை சந்தித்ததில்லையோ—

குறி சொல்பவனிடம்
கூட்டிப் போவதாக
சக தோழி சொல்கிறாள்

கொண்டவன் இருக்கும் திசையும்
அவன் மனநிலையும் நானறிவேன்

தெரியுமெனில் நேரில் சென்று
சமாதானம் பேசுவோம்
என்கின்றனர் பெரியோர்

அக்னியை வலம் வந்து
செய்த சத்தியத்தை மீற முடிந்தவனை—
வெற்று வார்த்தைகள் என்ன செய்துவிடும்?

நீங்களொருபொழுதும் என்
துன்பத்தைப் பகிர முடியாது

என் பசியைப் போல்
என் தூக்கத்தைப் போல்
என் காமத்தைப் போல்
என் தனிமையைப் போல்
அது நானே
அனுபவித்தறிய வேண்டிய ஒன்று
நானே அமிழவும் மீளவும்
வேண்டிய ஒன்று

○

சே. பிருந்தா

கடவுளைத் தொந்தரவு செய்யாததற்கு – சில காரணங்கள்

அவளின் கனவுகள் விழி திறக்குமா
கோபித்துத் தூங்கிய மகளை
எப்படி சமாதானப்படுத்த

அதெப்படி
தூங்கிய பிறகு மழை பெய்யலாம்
காலையில் வாதாடும் மகள்

உணவு இடைவேளை விவாதத்தில்
பொதுமைப்பட்டுவிடுகின்றன – எல்லாப்
பிள்ளைகளின் பிடிவாதங்களும்

வாய்பாடு சொல்லியே
வழக்கமாக நிறைவுறும்
வழிப் பயணங்கள்–
வானத்தில் தோன்றும் *colour ball*ம்
சிமிட்டும் நக்ஷத்ரங்களும்
தினத்தை அழகாக்குகின்றன

வருடங்களைஉதைத்து
நொடிகளைச் சுவைத்து –
நானும் மகளும்
மகளும் நானும்
விளையாடும் பந்து போல
வாழ்க்கை

○

யாருடைய கிரீடத்தில் முட்கள் இல்லை —

மனமுவந்து ஏற்கிறேன்
பரிசுகளைப் போலவே
தண்டனைகளையும்

மகிழ்வைப் போலவே
துக்கத்தையும்

உணவைப் போலவே
கழிவையும்

பாராட்டைப் போலவே
பரிகசிப்பையும்

வெறும் சிலைகளால்
ஆனதல்ல இவ்வுலகம்,
அது மலைகள் நிரம்பியது

O

எங்கிருந்து தொடங்குவது
கிண்ணத்தில் அமிர்தம்
எந்தப் பக்கம் அருந்தினாலென்ன
எல்லாமும் அதே ருஸி

உன்னை அருந்துகிறேன்

உயரங்களை விட
உயரமாகிறோம்
ஆழங்களை விட
ஆழமாகிறோம்

காதலில் விழுந்து

நீயற்று
உனது காரைக் கடக்கும்போதும்
உணருகிற செல்லத் தவிப்பு –
ஒருபோதும்
உனது பொருள்கள்
அஃறிணை யல்ல

கொஞ்சம் மழை
கொஞ்சம் கடல்
கொஞ்சம் வானம்
கொஞ்சம் பூக்கள்
கொஞ்சம் பறவைகள்
சிறிய வானவில்
நிறைய்ய்ய நீ –
வாழ்வின் முழுமைக்கு

❍

ஒரு அலைபேசி எண்ணைத் தொலைப்பது
ஒரு மனிதரைத் தொலைத்ததாகிறது –
என்னைத் தொலைக்கிறாய்

○

என் அன்பை
உனக்குத்
தெரிவிக்க முடியாமலே போகிறது –
கைகளற்றவரின் ரேகைகள்
எதைச் சொல்லும்?

○

ஞாபகமிருக்குமா கடவுளுக்கு,
மனிதனின் அத்தனை தவறுகளும்???

o

ஒரு தனிமைப் பெண்ணும்
மாலைநேரச் சூரியனும்
கடற்கரைக்குப் போனார்கள்
யாருக்கு அதிக தனிமை
என்று பேச்சு வந்தது
யார்தான் தனியாயில்லை
என்று முடிவானது

o

இப்படிக்கு மகள்(கள்)

அம்மா ஒரு மந்திரக்காரி . . .
தட்டில் வைத்த பழத்துண்டுகள்
வயிற்றுக்குள் சென்றனவா
குப்பைக்குள்ளா
கட்டில் கீழா
சோஃபா பின்னாடியா
– இவள் வயிற்றில் கை வைத்துக்
கண்டுபிடித்து விடுவாள்

இவளின் தொலைந்த
விளையாட்டுச் சாமான்களை
நொடியில் தேடி வரவழைத்துத் தருவாள்

எப்போதும் இவள், அம்மாவிடம்
கைகளை வெட்டித் தரும்படிக் கேட்பாள் –
ப்ரியத்தை செய்யும் கைகள்
அணைக்கும், தலை தடவும்
சோறூட்டும்
குளிப்பாட்டும் கைகள் . . .

அம்மா ஒரு சூன்யக்காரி . . .
அவளின் வசவு சாபத்தைப் போல

'இப்படியே லேட் பண்ணி
கிளம்பினயானா
வண்டிய வேகமா ஓட்டி
லாரி மோதித்தான் சாகப் போறோம்'

சே. பிருந்தா

கண்முன் விரியும்
இரத்தக் களறியாய்
இரு சவங்கள்

'எல்லாக் காயும் சாப்பிடணும்
இல்லன்னா ஒரு கை மட்டும் வளரும்
இன்னொன்னு சின்னதா இருக்கும்'

ஒரு சிறிய்ய கண்
மற்றது பெரிய்யது
ஒரு கை இம்மாம் நீளம்
இன்னொன்று சின்னது
இரண்டு குட்டைக் கால்களுடன்
– ஜந்துக்களாய் உலவும் உலகம்

அம்மா ஒரு கொலைக்காரி . . .

'ஏன் இப்படி சாகடிக்கிற?
செத்துத் தொலையேன்
பிள்ளையே பிறக்கலைன்னு
நெனைச்சுக்கறேன்'

எப்படிச் சாவது
என்று யோசிக்கத் தொடங்குவாள்

அம்மா ஒரு மாயக்காரி . . .

அவளுக்கு எல்லாம் தெரியும்
எப்படியோ
எல்லாமும் தெரிந்து விடும்

கடவுளைப் போல கண்காணிக்கிற
சாத்தானைப் போல தண்டிக்கிற
அம்மாவின் மகிழ்ச்சி மட்டும்
இவள் புன்னகைதான்

❍

பூமியெல்லாம் மகளுக்கு

கடலும் காற்றும்
மரமும் மலையும்
பூமியின் வளமெலாம் மகளுக்கு

வானம் எனக்கு
முழுதாகத் தந்துவிட
மனமில்லை அவளுக்கு

முதலில்
பகலெல்லாம் அவளுக்கெனவும்
இரவு எனக்கென்றும் பேசினோம்

வெயில் சுடுவதாக
வேண்டாமென்றாள்
இருளோ பயமுறுத்த –
என்ன செய்வது என்றாள்

கடைசியில் ஒரே முடிவாய்
நக்ஷத்திரங்களைப்
பப்பாதியாய்ப் பிரித்தாள்

நிலவை –
தேயும் தினங்கள் எனக்கென்றும்
வளரும் தினங்கள் அவளுக்கென்றும்
ஒப்பந்தித்தாள்

இருந்தாலும் கூட
நிலா இல்லாத தினம்
யாருக்கென்று
முடியா வழக்கொன்று
நடந்து கொண்டிருக்கிறது

◯

சே. பிருந்தா

மகளுக்குச் சொன்ன கதை

குயில் குஞ்சு

அன்றைக்குத்தான் அம்மா காக்காவிற்கு,
அது 'குயில் குஞ்சு' என்று தெரிந்தது

தெரிந்த பிறகு "இனிமேல் நாம் சேர்ந்து வாழமுடியாது.
போய்விடு" என்றது

பாவம் குயில் குஞ்சு! அது எங்கு போகும்?
அதுக்கு என்ன தெரியும்? அது எப்படி வாழும்?

குயில் குஞ்சும் எவ்வளவோ கெஞ்சிப் பார்த்தது
அம்மா காக்கை கேட்கவில்லை.
கிளம்பிப் போகச் சொல்லிவிட்டது

குயில் குஞ்சால் அம்மா காக்கையைப்
        பிரிய முடியவில்லை
அதுவும் அந்த மரத்திலேயே வாழ ஆரம்பித்தது

அம்மா காக்கையைப் போல "கா" என்று அழைக்க
        முயற்சி செய்தது
ஆனால் அதற்கு சரியாக வரவில்லை

அதற்குக் கூடு கட்டத் தெரியாது.
        பாவம் சிறிய பறவைதானே!
கூடுகட்ட அதற்கு யாரும் சொல்லித் தரவும் இல்லை
அம்மா அப்பா இல்லை. தோழர்களும் இல்லை

குளிரில் நடுங்கியது: மழையில் ஒடுங்கியது:
        வெயிலில் காய்ந்தது
அதற்குப் பசித்தபோது, தானே இரை தேடத்
        தொடங்கியது
வாழ்க்கை, எப்படியும் அதை வாழப் பழக்கி விட்டது

ஒரு விடியலில் குயில் குஞ்சு, "கூ" என்று கூவியது
அன்று தானொரு குயில் என்று கண்டு கொண்டது

O

நம்பகத்தன்மை பிறழ்ந்தபோது

ஒரு வேலைக்காரர்
எவ்வளவு நம்பகத்தன்மை யுடையவர்
எனில்
அவரை நம்பி நீங்கள்
வீட்டுச் சாவியையும் கொடுக்கலாம்

ஒரு நண்பர்
எந்தளவு நம்பகத்தன்மை யுடையவர்
எனில் அவரோடு
உங்கள் மனைவியையும்
தனியே அனுப்பலாம்

மனைவியுடனான நம்பகத்தன்மையில்
வாழ்வையே ஒப்படைக்கலாம்

சகோதரியிடமான
நம்பகத்தன்மையில்
சிறுமைகளெல்லாம் செய்யலாம்

குருவிடம் உண்டாகிற நம்பகத்தன்மையில்
தன்னையே கொடுக்கலாம்

அந்நியர்
எவ்வளவு நம்பகத்தன்மை யுடையவர்
எனில்
சொல்லும் வழியை நம்பி
முகவரியடைந்து விடலாம்

பக்கத்து வீட்டினர்
எந்தளவு நம்பகத்தன்மையுடையவர்
எனில் –
நம் குழந்தைகளை விளையாட விடலாம்

சே. பிருந்தா

குழந்தைகளிடமான நம்பகத் தன்மையில்
வீட்டை ஒப்படைக்கலாம்

வீட்டிடமான நம்பகத் தன்மையில்
நம்பிக் கண்ணயரலாம்

கடவுள் மீதான நம்பகத் தன்மையில்
உங்கள் குற்றங்களை யெல்லாம்
ஒப்புக் கொள்ளலாம்

ஒரு நம்பகத் தன்மை பிறழ்கிற
முதல் நொடியில் . . .

உங்களின் எல்லா நம்பகத் தன்மைகளையும்
உடைத்தெறிகிறீர்கள்
பிறகு தனிமைப்படுகிறீர்கள்

கடைசியில்
உங்களையே நீங்கள்
சந்தேகிக்கத் துவங்குகிறீர்கள்

O

எங்கு நிறுத்த வேண்டுமென்பதை
இப்போதும் அறியவில்லை
ஒரு உரையாடலில்

எப்போதும்
இயலாததாயிருக்கிறது
யாரோடும் விடைபெறுதல்

கூடுதல் குறைவின்றி
அதனதன் கச்சிதத்தில் –
சாத்யமற்றுக் கொண்டே யிருக்கிறது
ஒரு இசைக்கோர்வை
வாழ்வில்

நாளை என்பதே இல்லை போல
இன்றின் மேல் வெறித் தழுவல்

சிலரின் மன்னிப்பில்
சிலரின் பெருந்தன்மையில்
சிலருடைய புன்னகையில்
ஜீவிக்கிறதென்
நட்பு காலம்

(தமிழ்நதி'யின் அன்புக்கு)

❍

தின மரணக் குறிப்புகள்

1.

இது தான்
இப்படித்தான்
இதே தான்
இப்படியே தான்
என்றாகி விட்டது

சாகும்வரை
வாழ்ந்துதான்
தீ . . . ர வேண்டியிருக்கிறது

2.
தோழமைக்கு . . .

எத்தனைத் தற்கொலைக் கடிதங்கள்
எத்தனைத் தனித்தனிக் காரணங்கள்
எப்படியான சூழல்கள் . . .
ஆனால்
அத்தனைக் கடிதங்களின்
முகவரியும்
உன்னைச் சுட்டியே

3.
வாழ்வு பகலெனில்
இரவு மரணம்

தூக்கம் சாவெனில்
வாழ்க்கை விழிப்பு

இவற்றின் மடங்குகள்தாம்
எல்லாமும்

4.

சாத்தானும் கடவுளும்
வேறு வேறில்லை

கெட்ட கடவுள் சாத்தான் எனவும்
நல்ல சாத்தான் கடவுள் எனவும்
பெயரிடப்படுகின்றனர் –

ஒவ்வொரு மரணத்திலும்
ஒவ்வொரு பிறப்பிலும்

5.

மரணம் கண்டு
மரணம் கேட்டு
மரணம் நுகர்ந்து
மரணம் ருஸித்து
மரணம் தின்று
மரணம் புணர்ந்து
மரணம் உணர்ந்து
மரணத்தோடு
வாழ்வதற்கு
'வாழ்க்கை' என்று பேராம்.

6.

பயணம்

ஒன்றிலிருந்து
ஒன்று,
வாழ்க்கை

ஒன்றுமில்லாததிலிருந்து
ஒன்றுமில்லாததற்கு,
மரணம்

இருப்பதற்கும்
இல்லாததற்கும்
நடுவே உள்ளதற்கு

என்ன பெயரிட்டு
என்ன ?

7.
முகங்களே இல்லாத உலகம்
விடியாத இரவு
அகலாத இருள்
குருட்டு யோசனைகள்
மரணித்த உடல்

கடந்து
வரவே முடியாது
வாழ்நாள் முழுக்க
அந்த இரவை.

8.
நான்
பார்த்துக் கொண்டிருக்கும்போதே
உயிர் போனது
சிறு சலனமுமில்லை
உயிர் பிரிந்த அவதியில்லை
எந்த திசையில்
யார் வந்து
இது நிகழ்ந்தது – தெரியவில்லை

மொத்த உலகமும்
குற்றவாளியாய்த் தெரிகிறார்கள்.

9.
அந்தப் பிரிவிற்கு
மரணத்தையொத்த வலி

தினமும்
ஆஃபிஸ் கிளம்ப
விடை பெறுவது போல
இந்த மரணம்

10.
வாழ்க்கையில்
கிடைப்பதை விட
மிக அதிகமாயிருக்கிறது
மரணம் கொடுப்பது.

11.
அது
யார் மனதையும்
அசைத்து விடுகிற அழுகை –
அசையாது கிடக்கிற மரணம்

12.
ஒழுங்கற்று . . .
அழகியலற்று . . .
இரக்கமற்று . . .

மரணத்தைப் போலத்தானே இருக்கும்
மரணம் பேசுகிற கவிதையும்

13.
அழகான விளையாட்டு இது
அவ்வளவு எளிதாக
யாரும் விடுபட்டுவிட முடியாது

யார் பெயர் எப்போது
எனத் தெரியாது

மரணத்தின் கண்களைக்
கட்டிவிட்டு நாம் ஆடும்
கண்ணாமூச்சு ஆட்டம்

அல்லது
நம் கண்களைக் கட்டிவிட்டு
மரணம் ஆடுகிற ஆட்டம்

விதிமுறை ஒன்றுதான்
யார் தொட்டாலும் 'அவுட்'

○

எஞ்சியது

ஒரு வார்த்தையிலிருந்து
தொடங்குகிறது
நமக்கான யுத்தம்

அந்த வார்த்தை –
எத்தனை வருடங்களாய்
யோசிக்கப்பட்ட
நினைப்பின் வெளிப்பாடு

அந்த யோசிப்பு. –
எத்தனை யுகங்களின்
வாழ்க்கை

கடைசியில்
வார்த்தைதான்
எல்லாவற்றிற்கும் காரணமாம் –
ஏற்றுக்கொள்கிறோம்

யுக யுகங்களை மறுத்து
எஞ்சுகிறது
ஒற்றையாய்
ஒரு வார்த்தை

ஒரு வார்த்தை யிலிருந்து
துவங்குகிறது
நமக்கான யுத்தம் . . .

❍

பறவைகள் ஒருபோதும்
நடப்பது குறித்து
யோசிப்பது இல்லை

மரங்கள்
மலைகள்
இடம் பெயர்வதில்லை

நதிகளுக்கு யார்மீதும்
புகார்களில்லை

நிலவு
சூரியன்
கிரமம் தவறுவதில்லை

கடிகாரம்
சலிப்பதில்லை

ஊஞ்சலாடும்போது
உத்தேசமாக பறவை
நீரில் மீன்
மழையில் மரம்
காட்டில் சிறு பூவென

இந்த
வாழ்க்கையின்
வண்ணத்துப் பூச்சி நான்!

O

ஒரு மழை
ஒரு பயணம்

யாருமே இல்லாத
நீர்க்காட்டில் –
தனித்தனியாக
தொலைந்து போனோம்

ஒரு கனவு
ஒரு முத்தம்

இப்புவரை
யாருடையவை
எனத் தெரியவில்லை
உன்னுடைய இதழ்களாக
நினைத்துக் கொள்கிறேன்

ஒரு சந்திப்பு
ஒரு பகிர்தல்

என் கண்களைத் தவிர்த்துவிட்டு
எல்லாரோடும் உன்னால்
உரையாட முடிகிறது –
இனிய தவிர்ப்பு

ஒரு கவிதை
ஒரு சொல்
நீ
O

அவளின் தனிமைக்குள் உட்புக முடியவில்லை

அவளின் தனிமைக்குள்
உட்புக முடியவில்லை

ஒரு வண்ணத்துப் பூச்சியின்
சிறகசைப்பைவிட
வேகமானவை – அவளது
மனமாற்றங்கள்

நேற்றுவரை அவளுக்கு
சாக்லேட் கேக்தான்
பிடித்தமானது –
இன்று ஸ்ட்ராபெர்ரி

எதற்கு கோபிக்கிறாள்
ஏன் கோபமில்லை
எனக்குப் புரிவதில்லை

மந்திரவாதி ஆட்டுவிக்கும்
பூதங்கள் மாதிரி அவள்
சொல்வது போலெல்லாம்
செய்து திரிகிறேன்

ஏழு மலைகள் தாண்டி –
ஏழு கடல்கள் தாண்டி –
கடும் பாலைவனம் கடந்து –
இதோ, அவள் விருப்பத்தை
அடைந்து விட்டேன் என்கையில் . . .
சிறு தலையசைப்பில் மறுத்து விடுகிறாள்

சே. பிருந்தா

ஒழுங்குகளை யெல்லாம்
கட்டறுத்து. . .
பைத்தியக்காரியின் நடனமென
என் வாழ்க்கை

மரத்தின் ஓரிலையும்
அசையாமல் சினந்து
அமர்ந்திருக்கும்
அவளின் தனிமையில்
என்னால் உட்புக முடியவில்லை

தானாக மனங் குளிர்ந்து
என்று வரமருளுமோ
என் சாமி

மகள்களுக்கு
அம்மாவாயிருப்பது –
பெருங்காற்று மழையில்
ஒரு தீபமேற்றுவது

○

அந்த நினைவின் அறை பக்கம்
யாரும் போய் விடாதீர்கள்

மரணத்தின் சீழ்
துரோகத்தின் கருங்குருதி
நட்புகளின் வடு
காலத்தின் பெருந் தூசு

அந்த அறையின் பக்கம்
யாரும் போய் விடாதீர்கள்
– அறிவிப்புகள் ஏதுமற்ற
அறைகள் சீந்துவாரற்று –

அந்த அறையின் பக்கம்
யாரும் போய் விடாதீர்கள்
– வாழ்க்கை வலியது
விதி மீறுதலே வாழ்வின் ருசி –

அந்த அறை பக்கம்
யாரும் போய் விடாதீர்கள்
– விதி மீறிய போதே
சித்தார்த்தன் புத்தரானார் –

அந்த அறைக்கு
யாரும் போய் விடாதீர்கள்
– புழு எப்படி
பறவையாகும்?
வண்ணத்துப் பூச்சியிடம் கேளுங்கள். . !

○

ஒரு முத்தத்தினின்றும் வெளிவருதல்

யார் இந்தக் காற்று புகா
வண்ண நீர்க்குமிழியுள்
என்னை அடைத்தது

மிதக்கிறது என்னுலகம்
மூச்சுத் திணற...
முத்தத்தின் மூச்சு மட்டுமே
மீதி சுவாசமாக

ஒரு முத்தத்திலிருந்து வெளிவருதல்
ஒரு உயிரிலிருந்து வெளியேறுதல் போல
அதனினின்றும் உயிர் பெறுதல் போல –
அதொரு பறவைக் குஞ்சு

ப்ரிய கனவிலிருந்து நீங்குதல் போல
பிறகு அதையே வாழ நேர்ந்தது போல –
அதொரு வாழ்க்கை

தன்னுடலைத்
தான் பிரிவது போல
மீதியுடலைச் சேர்வதே ஏக்கமாக –
அதொரு நெடும் பயணம்

உள்நுழைவதைப் போன்று
எளிதானதில்லை வெளிவருதல் –
அஃது ஒருவழிப் பாதை
. . . .
. . . .

ஒரு முத்தத்திலிருந்து விடுபடல்
அத்தனை இயல்பானதும்தான் –
வாழ்விலிருந்து விடுபட்ட மரணமாக

○

மகளுக்குச் சொன்ன கதை

அலிபாபா திறக்கக் காத்திருக்கும்
அடைபட்ட பூதம் என் காமம்

நீதான் திறந்தாய்

நூற்றாண்டுகளாய் அலையடித்து
தத்தளித்ததன் தவிப்பு
சிறு குப்பியுள்

நீதான் விடுவித்தாய்

விடுவித்த
விபரீதத்தை சுவீகரிக்க முடியவில்லை
உன்னால்

விளைவறியா சிறுபிள்ளையின்
விளையாட்டு சுவாரஸ்யம் அது

இவ்வளவு பெரிய பூதம்
எப்படி இதில் அடைபட முடியுமென்று
அதிசயிக்கிறாய்

என் பெருங்காமம் திகைக்கிறது

மிகப் பழைய்ய டெக்னிக்தான்
தெரிந்தும்
தன்னுணர்வோடே
திரும்பவும் குப்பியுள் அடைபடுகிறது

பலங்கொண்ட மட்டும்
கடலுள் எறிகிறாய்

அதே கதை. . .
அதே கடல். . .
அலையெங்கும்
பெருந்திணைக் காதல் குப்பிகள்

○

எங்கெங்கு காணினும். . .

பார்க்குமட்டும் நீ
கண்களால் நிரப்பிக் கொள்கிறேன்

உன்னை நினைக்கிற இந்தக் கணம்
உன் வாசம் சூழ்ந்து. . .
மலைப் பாம்பென
உயிர் இறுக்குகிறது

பிடித்த பதார்த்தம் போல
உன்னை அப்படியே
உண்ணத் துவங்குகிறேன்
(இது ஒரு இனிய கற்பனையே)

எப்போதும்
இது விசித்திரம்தான் –
உன்னைத் தேடித் தன்வசம் செய்கையில்
எல்லாம்
என்னைத் தொலைத்துத் திரும்புவது

உடல் என்பது
உடலல்ல
ஒரு காடு
ஒரு காடுமல்ல
அதொரு உலகம்
அதொரு உலகமுமல்ல
நீ
o

ஒரு முத்தத்தைப் பின்தொடருதல்

வாழ்வெலாம் மரணப்பாதை
பாதையோரம் உன்
முத்தப் பூக்கள்

ஒரு முத்தத்தைப் பின் தொடருதல் போல
உலகில் ஏதுமில்லை –
உதட்டுக்குத் தப்பிய முத்தம் கழுத்தில்

முத்தங்கள் ஒருபோதும்
உதிரிகள் இல்லை –
ஒரு முத்தத்தில்
பிறக்கிறது மறுமுத்தம்

சாகவே கூடாதென்ற வேண்டுதல் –
கடவுளாலும் தடுக்கமுடியாது
என்று உணரும்வரை

குடித்த இரவா
குடிக்காத இரவா –
காலையில் குழப்புகிறது
உன் முத்தத்தின் போதை

செழித்த இதழ்களிடை பெறும்
உன் முத்தத்திற்கு
உதிர்ந்த காய்ந்த
செண்பகப் பூவின் மணம்
எப்போதுமான நிகழ்முரண்

சே. பிருந்தா

உபரி முத்தத்தில்
வெளிப்படுகிறது
உன் உபரி அன்பு

கொடுப்பதற்கென்று ஒருநாள்
பெறுவதற்கென்று மறுநாள்
முத்தத்திற்கான பதிலன்பும்
முத்தமே

மரணத்தின் பிடி இளக
வாழ்க்கையில் விழுந்தேன் – அது
உன் முத்தமாயிருந்தது

O

அன்பின் தடங்கள்

கையில் உணரும்போதே
காணாது போய்
காணடித்து.....
நீ யென் காற்று

பார்க்கும்போதே தோற்றம் மாறி
பார்வையில் இல்லாது ஆகி
நீ யென் மேகம்

சுவைக்கும்போதே
சுவையற்றதும் ஆகி
நீ யென் உமிழ்நீர்

பேசும்போதே சொற்களற்று
சைகைகளாகி
நீ யென் மௌனம்

பூமியெங்கும்
அன்பின் கால்தடங்கள்
அற்றுப் பொழிகிற அன்பு நீ

உன் ஒட்டுமொத்த
பிரியத்தின் வடு
– நான்

O

புறாக்கள் இன்னும் வீடு திரும்பவில்லை. . .

உன் வார்த்தைகள் தேங்காத
உள்பெட்டி தரும்

முன்பொரு காலத்தின்
கடிதப்பெட்டிகளின் வெறுமையை

நெஞ்சு பதைக்கச் செய்யும்
திரும்ப வராத புறாக்ககள்

ஒலித்தடங்கும் அலைபேசி
மௌனங்கள்

விடுபடத் தவித்து
அறைச் சுவரில் மோதும் மனப்பறவை

ஏதேனும் வெறுப்புக் குறியேனும்
இட்டுப் போ
சிறு தாவரங்கள் உயிர் வாழும்

O

வெப்பம் மிகுந்தது என் தனிமை
என்னை சிதையாக்கி
என்னை எரிக்கிறது

O

உண்ணச் செரிக்காத தனிமையை
தின்னத் தொடங்கினேன்
தனிமையுமற்ற தனிமை

O

சே. பிருந்தா

பழகிய மிருகங்களிடம்
பதற்றமுறுவதில்லை மனது

பழகிய என் தனிமையும்
புதிதாக இருக்கிறது
உன் பிரிவில்

O

சம்பவங்களில் ஒன்றைக் காலம் மறந்துவிட்டது
சீட்டுக்கட்டில் ஒன்று எடுக்கப்பட்டது
புத்தகத்தில் சில பக்கங்கள் தொலைந்தன

உதிரும் அத்தனைப் பூக்களையுமா
மரம் நினைவு கொள்ளும்?

இந்தப் பிரபஞ்சத்தின் – ஒரு
இலை உதிர்வு...
உனக்கு நான்

O

மகளுக்குச் சொன்ன கதை

யாரும் என்னிடம் கவிதை கேட்கவில்லை

தண்ணீரில்
தவறி விழுந்தவள்
தத்தளிப்பாகத்தான்

ஒரு வரி உள்ளே இழுத்தது
மறுவரி வெளியே எறிந்தது

O

மா நகரம்

நீரும் இல்லை
மணலும் இல்லை
'நதி' என்று பெயர்

O

சே. பிருந்தா

யாருடைய புதன்கிழமை

என் இரவு
உனக்கு நேற்றைய பகல்

ஒரே நாளின் ஒரே பொழுதில்
அவரவர் காலத்தில் வசிக்கிறோம்

உனது கொல்லும் கடுங்குளிர்
எனது அடித்துத் துவைக்கிற வெயில்

ஒரே பூமியின்
ஒரு பக்கத்தில் நான்
மறு பக்கத்தில் நீ

நீ நேர்த்தியின் அழகில்
நான் ஒழுங்கற்ற இயல்பில்

புதன்கிழமை பேசுவதாகச் சொல்கிறாய்
யாருடைய புதன்கிழமையில்?

o

நீயில்லாத ஊர்

நெடுஞ்சாலைப் பயணத்தில்
கடக்கிற ஒரு பெயர்

O

நீந்திக் கடப்பதோ
பறந்து செல்வதென்பதோ
இயலாத இந்த இரவை

காகிதம் போல எடுத்து மடக்கி
கப்பல் செய்து நீரில் மிதக்க விட்டு
பாதி கிழித்து
பறவையாக்கி வானில் பறக்கவிட்டு
அதிலும் மிச்சத்தில்
ஒரு கவிதை யெழுதி

என்ன செய்தும் தீராமல்
இந்த இருள்...
இந்த தனிமை...
இந்த மரணம்...

O

சே. பிருந்தா

கனவின் தூரம் 50 கிமீ

இத்தனை தூரத்தில் அன்பு மனது என
'கைகாட்டி'கொண்டு சொல்ல முடிந்தால். . .

துக்கத்தையெல்லாம் கடுங்காப்பி ஆக்கி
கொட்டிக் கவிழ்த்து

மகிழ்வை யெல்லாம்
தேநீராகக் குடிக்க இயலுமெனில். . .

குழந்தை மனம் கேட்பதை யெல்லாம்
கொடுத்து விடுகிற வரம் வாய்த்தால். . .

தூங்கும் மகளின்
கனவிற்குள் குடியேற நிகழ்ந்தால். . .

ஒரு மரத்தைப் போல
எல்லா காலங்களையும்
எதிர்கொள்ளத் தெரிந்தால். . .

இந்த மாலைநேரம்
இளவெயில் சூழ்ந்த மொட்டைமாடியில்
அலுவலகம் துறந்த மனது
எப்படி யெல்லாம் யோசிக்கிறது

o

பைத்தியக்காரியின் சைகைகளையொத்த மரணம்

ஒரு கண்ணிலிருந்து மறுகண்ணின் தூரம்
வாழ்விற்கும் மரணத்திற்கும்

வீடு முழுக்க
விளக்கை எரியவிட்டால் சாவைத்
துரத்தி விடலாமென நம்பினாள்
எங்கும் அப்பழுக்கற்ற வெளிச்சம்

தேதிகளைக் கிழித்து நாட்களைக் கடந்து
முள்ளைத் திருப்பி மணியைத் தாண்டியும்
உறைந்த காலத்தின்
ஒரே யிடத்திலிருந்தாள்

அருகமர்ந்து பார்த்துக் கொண்டே யிருந்தால்
யாரும் உயிரை எடுத்துப் போக வியலாதென
கண்களைச் சிமிட்டவும் பயந்தாள்

தாய் மிருகத்தின் ஆக்ரோஷம்
அவள் பார்வையில்

மலை எவ்வாறு உருவானதோ
மலர் எப்படி உதிர்ந்ததோ
நூற்றாண்டுகளாக
நொடிக்கும் குறை பொழுதில்
நிகழ்ந்தது மரணம்

O

சே. பிருந்தா

இருபத்தோராம் நூற்றாண்டு கடவுளும், மகளும்

பதினெட்டு வரை
எண்களிருக்கும்
என் சின்னஞ்சிறு மகளின் அலைபேசியில்

ஒரு வீடு, இரு மரங்கள் மேகங்கள்
சூரியன் சில பறவைகள்
ஊதா கலரில் நேர்கோடாய் மழை
அதில் பூத்துச் சிரிக்கிற 'ரித்திகா ஸ்ரீ பூ
அவளது ஹோம் ஸ்கிரீன்

சிக்னல் பழுது எப்போதும் கிடையாது
கட்டணம் ஏதுமில்லை
கடவுளோடும் எளிதாகப் பேசலாம்

காதுகள் உள்ளவர் அவள் கடவுள்
கடவுளுக்கே ஆணையிடுகிறாள் இவள்

o

மாயக் கிணறு

இப்போது கண்களைக் கட்டியிருப்பது
எரிமலையின் முன்பாக இருக்கலாம்
மலை முகடாக இருக்கலாம்
கொடிய மிருகங்களுறை வனமாக
நெடிய பாலையாக
ஆழ் கிணறாக
சுழல் மிகு நதியாகவு மிருக்கலாம்

விளையாட்டு புதிதில்லை
களம் புதியது
இருள் சூழ்ந்த
இதன் வர்ணங்கள் யாம் அறியாதது

ஆட்டத்தின் விதிமுறைகள் அறிவிக்கப்பட மாட்டாதென
முன்பே அறிவிக்கப்பட்டு விட்டது
சம்மதத்தோடுதான் கண்கள் கட்டப்பட்டன

பயத்திற்கு தீக்கருகிய வாடை
கலவரமூட்டும் காற்றின் மென்தொடல்

ஒரு சிறிய
கைப்பற்றுதலுக்கேங்கி காற்றிலலைவுறும் கைகள்

நடப்பது சமவெளியிலென்றறியாது
அடுத்த அடி பாழ்கிணறென்ற மனதுடன்
தடுமாறும் கால்கள்...

Zoom out செய்து வேடிக்கை பார்க்கிற
உங்களுக்கு சிரிப்பான சிரிப்பாயிருக்கிறது
இது மார்க் வழங்கிய *facebook* உலகம்

O

சே. பிருந்தா

முடிவுறாக் காதல்

கடல் வேண்டுமென்றாள்
வானத்தைப் பரிசளித்தான்

நீ வேண்டுமென்றான்
'இந்தா பிடித்துக் கொள்ள
சுண்டு விரலென' வரைந்தனுப்பினாள்

எந்த நீர் மேகமாகி
எங்கு பொழிந்ததோ

கடக்கும் மேகமெல்லாம்
காதலின் சாட்சியாக

O

அன்பின் அலை(க்கழிப்பு)கள்

உடனழைப்பதாகச் சொல்லி
வேறு வேலைகளில் தம்மை ஒப்புக் கொண்டு விட்ட
அலைபேசி உரையாடல்கள் மீட்பாரற்று

உன் பத்து நிமிடம் பயணிக்கிறது
ஒருநாளிலிருந்து மறுநாளுக்கு

வரமருள நீ வராமல்
கரையான் புற்று வளர்கிறது
அப்படியே நிற்கச் சொன்ன
உனது ஒரு நிமிடத்தில்

என் தலை நரைக்கத்தொடங்கிய பிறகு
இளமைக் காலத்திலிருந்து வருகிறாய்

அழைத்ததும் அழைக்க மறந்ததும்
எப்போதும் உன் ஞாபகத்திலில்லை

அத்தனை எளிதில்லை — ஒரு
அலைபேசி அழைப்பைப் பற்றிக் கொண்டு
அன்பின் வழி நடத்தல்
அன்பின் மறுதலிப்பை அன்போடு ஏற்றல்
பசித்த கொடிய மிருகத்தை
புன்னகைக்க வற்புறுத்துதல்

○

(என் எல்லா நட்பூக்களுக்கும்)

கடவுளைப் போல அறியப்படாத தொலைவு

நீ இத்தனைத் தொலைவிலிருக்கிறாய்
ஒரு முத்தமிட்டு என் அன்பைத் தெரிவிக்க முடியாத
தொலைவு

உள்ளங்கை வெப்பம் கடத்தி என் ஆறுதலைச்
சொல்ல முடியாத தொலைவு
கனிந்த பார்வையில் ஒரு மன்னிப்புக் கோரலைப்
பகிர முடியாத தொலைவு
கோபித்துச் சண்டையிட முடியாத தொலைவு
கோபத்தைச் சண்டையில் தீர்க்க முடியாத தொலைவு
சமாதானத்தை நெகிழ்ந்தறிய முடியாத தொலைவு

கையெட்டத்தில்தான் நீ யிருப்பதாக
யாரையும் வெறுத்தறியா மெய்நிகர் உலகின் சமிக்ஞைகள்
உன் விருப்பப் பூ பூத்தலை தொடருகையில் எஞ்சி
நிற்கும் வெறுமை
சில சமயம் அது நீதானா நீயேதானா
நீ என்பதொரு கற்பனையோ

சொல்லித் தீராதது
இந்த கவிதை
இன்னும் அளந்து முடிக்கப்படாதது
இந்த அன்பு
கடவுளைப் போல
அறியப்படாதது நம் தொலைவு

இன்னும் எழுதி முடிக்கப்படாத
எதுவும்

O

சூரியனைப் போல தினமும் விடிந்துவிடுகிற இந்தக் காதல்

மண் விழுங்கிய விதையாக
மனதுள் புதைத்தும்
மறைக்க முடியவில்லை

சிறுகுழந்தை தவறவிடும் பொய்களாக
எதனாலும் ஒளித்துக் கொள்ள இயலவில்லை

தாகத்தைப் போல காயத்தைப் போல
வெளிப்படாமல் இருக்க முடியவில்லை

நீயென் மரம்
நீயென் உண்மை
நீயென் கங்கை

நீயே யென் ஆறாத வடு

O

பேசியது வலிக்கிறது
பேசாதது அதனினும்

O

சே. பிருந்தா

சாதாரண அழகு
உன் அன்புதான்
அதை அசாதாரணமாக்குகிறது

०

பிரிவும் பிரிதல் நிமித்தமும்

கடவுள் தூக்கியெறிந்த அன்புப் பரிசை
தவற விடுகிறேன்

என்னால் தாங்க முடியவில்லை
மரணத்தை ஒத்த
களங்கமில்லாத உன் அன்பை

முடிவில் சிதைந்து உருக்குலைகிறது
எதிர்கொள்ளத் தெரியாமல்

எனக்கான தூய அன்பும்
இந்த வாழ்க்கையும்

०

நகரச்சாலையில் பதறிப் பறக்கிற வண்ணத்துப்பூச்சிகள்

தன்னைச் சொல்ல யாருமற்ற
தனிமை

தலைமேலே ரயில்
காலடியில் விரையும் வாகனங்கள்
நிற்காமல் மனிதர்கள்

வாகனநெரிசலில் நகரச்சாலையில் பதறிப் பறக்கிற
வண்ணத்துப்பூச்சிகள் உன்னை நினைவூட்டுகின்றன
முகத்தில் மோதுகிற சில்' காற்று நீ

நீயிருந்தால்
கடந்துவிடக் கூடிய எளிய நிலை இது

நீயில்லை நீயில்லை நீயில்லை
நீ வேண்டும் நீ வேண்டும் நீ வேண்டும்

ஒலிப்பான்களை யுணராமல்
ஒரு தவ்வலில் சாவையுதறி
மறு தவ்வலில்
மண்டை பிளந்த தெருநாயில்
— உன் விரல்கள் மரணத்தின் தலைகோத —
அமைதியுறுகிறது மனம்

○

சே. பிருந்தா

தவிப்பின் மொழிபெயர்ப்பு

தணலணையாமல் பார்த்துக்கொள்கிறாய்

வெந்து தணிகிறதென் உலகம்
உன் குளிர்காய்தலில்

பேசும் வரை பார்க்கும் எண்ணமில்லை
பார்க்கும் வரை தொடும் எண்ணமில்லை
தொடும் வரை தொலையும் எண்ணமில்லை
தொலையும் வரை தொடரும் எண்ணமில்லை

காற்றின் திசையிலொரு மலராக இந்தக்
காதலின் திசையில் மிதக்கிறேன்

நதி மீதொரு சருகு
என்னவானதென

மரமும் நினைக்கவில்லை
நதியும் நிற்கவில்லை

O

விஷமேறிய கவிதை

ஒவ்வொரு விடியலையும்
கொண்டாடமறப்பதில்லை பறவைகள்

அண்டம் பேரண்டம் தாண்டி வரும்
அன்பின் குரல்

செய்ய தாமதித்த வேலைகள்
இன்றென் கழுத்து நெரிக்க
நகர வெம்மையெல்லாம் தலைமேல் கொளுத்த
சபிக்கப்பட்டதிந்த கோடைகாலம்

நினைப்பு வேகத்தை முந்திக்கொண்டு
வருகிறதென் பிளந்த நாவு

பாலில் கலந்த ஒரு துளி நஞ்சு

பாம்பு குடி யிருந்தாலும்
சந்தனம் குளிர் தருவே – கபீர் வாக்கு

நீ
பாலா
சந்தன மரமா
சொல்லென் அன்பின் குரலே

O

தெரிந்த வழிகளிலே தொலைந்துபோனவள்

எனக்குத் தெரியும்
என்ன வேண்டுமென்பது

என் வேண்டுதலுக்குத்தான்
என்ன தர வேண்டுமெனத் தெரியவில்லை

O

மந்திரம் போல் சொல் வேண்டும்

சமாதியை உயிர்ப்பிக்கும் ஒரு சொல்
உதிர்ந்த மலரை செடியில் சூட்டுகிற ஒரு சொல்
முளைத்துக் கிளையாகி மரமாகிப்
பூவாகிக் கனிந்து விதையாகும் ஒரு சொல்
இறுகிக் கனத்து மலையாகும் ஒரு சொல்
துன்பமெலாம் துடைத்து விடுகிற ஒரு சொல்
வலிதாங்கும் ஒரு சொல்
வலிமையாக்கும் ஒரு சொல்
குழந்தை மனதோடு உறவாடும் ஒரு சொல்
நதியாகத் தன்னோடு இழுத்துச் செல்லும் ஒரு சொல்
இந்த வார்த்தைகளை கவிதையாக்கும் ஒரு சொல்
இந்த வாழ்க்கையின் இறுதி மூச்சாக ஒரு சொல்
என் அன்பை உன்னிடம் பூரணமாக்கும் ஒரு சொல்

(தலைப்பு' நன்றி : பாரதி)

O

சே. பிருந்தா

விமர்சனவுரை

வெள்ளந்திக்கருளாள்!

'மழை பற்றிய பகிர்தல்கள்' என்றொரு நீலக்கலர் புத்தகம். அந்தப் புத்தகம் வந்தபோது நன்றாக வரவேற்கப்பட்டது. மூத்த ஆளுமைகள் அந்தக் கவிதைகள் குறித்து நம்பிக்கையூட்டும் கருத்துக்களை வெளியிட்டார்கள். வாசிப்பின் பால்யத்தில் என்னை ஈர்த்த இந்தப் புத்தகம் சே.பிருந்தாவின் முதல் கவிதைத் தொகுப்பு. எனக்கான கவிதையைக் காட்டித்தந்த விரல்களில் ஒன்று அவருடையது. அதன் இயல்பான எளிமையாலும், குறுகத் தரித்தது போன்ற அதன் கச்சிதமான மொழிதலாலும் வெகுவாக ஈர்க்கப்பட்டேன். அப்போது நான் இடதுசாரிய கவிதைகளின்பால் ஈர்க்கப்பட்டவனாகவும், அதே சமயம் அதில் ஒரு போதாமையை உணர்ந்தவனாகவும் இருந்தேன். தோழர்களின் கண்ணீரை சந்தேகிப்பவனல்ல நான். அப்படிச் சந்தேகிக்க ஒரு பொட்டு யோக்கியதையும் எனக்கில்லை. அருவாளை கழுத்தில் வைத்து வசூலிக்கிற காலத்தில் அவர்கள் உண்டியல் ஏந்தி வருகிறார்கள். பொதுஜனம் பிச்சைக்காரர்கள் வந்துவிட்டார்கள் என்று அவர்களைக் கேலி பேசுகிறது. தொண்டிற்கென்றே அலைந்து கேலிக்கு ஆளாகி யாராலும் கண்டுகொள்ளப் படாமல் போகிறார்கள். ஆனாலும் அவர்களுக்கு கவிதைக்குள் சரியாக அழத்தெரியவில்லை என்பது என் எண்ணம். அதற்கான பயிற்சி போதவில்லை.

ஆமாம் பயிற்சிதான். . . கலைவாணி வெள்ளந்தி களுக்கு அருளமாட்டேன் என்கிறாள். இடதுசாரிய கவிதைகளில் நான் உணர்ந்த போதாமை என்ன வென்பதை பிருந்தாவின் கவிதை ஒன்று எனக்கு சரியாகக் காட்டித் தந்தது.

> எந்தச் சாவு வீட்டிலும்
> பீறிட்டுக் கிளம்பி விடுகிறது
> பொறுக்க முடியாமல் அழுகை
> என் அப்பா இறந்த
> துக்கம் தாளாது.

கவிதையிடமிருந்து நான் வாங்கிய முதல் அறை என்று இதைச் சொல்லலாம். இந்தக் கவிதை அழுவதற்கு முகத்தை கோணலாக்கிக்கொண்டு சிரமப்படவில்லை. அழுபவனுக்கு வெளியே நின்று அவன் தோளைத் தட்டி சம்பிரதாயமாக ஆறுதல் சொல்லவில்லை. மாறாக, சாவு வீட்டில் இன்னொரு சாவு வீடாகக் கலந்துகொள்கிறது. இந்தக் 'கலந்துகொள்ளல்' நல்ல கவிதையின் இயல்புகளில் ஒன்று என்று நான் நினைக்கிறேன். 'கவிதை என்பது சுயத்திலிருந்து கிளம்பி பொதுவை அணைத்துக்கொள்வதுதான்' என்கிற எனக்கான சூத்திரத்தை உருவாக்கித் தந்த கவிதைகளில் ஒன்று இது. இந்தக் கவிதையில் அப்படி சிலாகிக்க ஒன்றுமில்லையே என்று உங்களுக்குத் தோன்றலாம். ஆனால் இது என் வாசிப்பின் காலத்துடன் புழங்கியது. எனவே எனக்கு முக்கியமானது. அத்தொகுப்பின் கவிதைகளில் இருந்த கச்சிதத் தன்மை அனைவரையும் ஈர்த்தது. அது குறித்து பிரபஞ்சன் இப்படி சொல்லி இருந்தார்... "சேதாரம் இல்லாமல் நகை பண்ணுவது பிருந்தாவுக்கு கைவந்துள்ளது."

> வீசும் காற்றில்
> வீடே ஆடுகிறது
> விளக்குச் சுடருடன்

போன்ற கவிதைகள் அவர் கூற்றை மெய்ப்பிப்பதாகவே இருந்தன. ஆனால் இந்தத் தொகுப்பில் கொஞ்சம் சேதாரம் அதிகம் என்றுதான் சொல்ல வேண்டும்.

சில கவிதைகளில் காணக்கிடைக்கும் அவரின் பிரசித்தி பெற்ற வாள்மினுக்கத்தைச் சில கவிதைகளில் காண முடியவில்லை. அவை 'தொளதொள' ஆடைகளை அணிந்து கொண்டு கோமாளியைப் போல் காட்சி தருகின்றன. சமயங்களில்

இரண்டு கவிதைகளைச் சேர்த்துக் கட்டி ஒரு கவிதையாக முன்வைத்திருக்கிறார் பிருந்தா. அவை தனித்தனியே இருக்கையில் தோன்றும் அழகு, கட்டுதலில் மங்கிவிடுகிறது. உதாரணமாக 8 என்று எண்ணிடப்பட்ட கவிதைக்குள் இருப்பவை தனித்தனியான நான்கு கவிதைகள். முதல் கவிதை எனக்குப் பிடித்திருந்தது. . .

எங்கிருந்து தொடங்குவது
கிண்ணத்தில் அமிர்தம்
எந்தப் பக்கம் அருந்தினாலென்ன
எல்லாமும் அதே ருஸி
உன்னை அருந்துகிறேன்.

எனக்கு வரவர அன்பை வாசிக்கையில் வாந்திவாந்தியாக வந்துவிடுகிறது. அன்பால் இயக்கப்படுபவன். . . அடிக்கடி தழுதழுப்பவன். . . நண்பர்களால் ஜீவிப்பவன். . . இவைதான் என்னைப் பற்றிய எனது சித்திரமும். ஆனால் நமது அன்பு வெளியில் இருந்து கவிதைக்கு வரும் வழியில் 'ப்ளீச்' பண்ண அழகு நிலையம் போய்விடுகிறது. அல்லது வேண்டுமென்றே சட்டைப் பட்டனை அறுத்துவிட்டுக்கொண்டு பின்னூசி குத்திக் கொள்கிறது. அன்பு வெளியில் இருக்கையில் பகட்டில்லாததாக, போதுமான கனிவுடன், போதுமான பொறாமையுடன் , போதுமான நீதியுடன், போதுமான தீங்குடன் இயல்பாக இருக்கிறது. அது கவிதைக்குள் வருகையில் கூடக்குறைய ஆகிவிடுகிறது. ஒரு சொல் மிகுந்துவிடுகிறது. அல்லது அரைச்சொல் போதாமல் போகிறது. இதற்கு நமது அன்பைக் குறை சொல்ல முடியாது. ஆனால் ஒரு கவிஞன் வாசகனின் முன்னால் அன்பையல்ல கவிதையையே முன்வைக்கிறான். இத்தொகுப்பின் அனேகக் கவிதைகளில் அன்பெனும் சொல் அகப்படுகிறது. அது அன்பாகவும் இருக்கிறது. ஆனால் குறைவான இடங்களிலேயே அதைக் கவிதையாகவும் உணரமுடிகிறது. அதிலும் சொல்லாகக் கூடப் புதிதாக இல்லாமல் பிருந்தா 'அன்பு' என்னும் சொல்லையே தைரியமாக உபயோகித்திருக்கிறார். அப்படியெனில் சொல்தான் கவிதையா என்று கேட்டால், சொல்லும்தான் என்று சொல்வேன். சொல்புதிதும் பொருள்புதிதும் சேர்ந்தே சுவைபுதிதாகிறது.

'மகளுக்குச் சொன்ன கதை' குழந்தைக்குக் கதைசொல்லும் லாவகத்துடன் கையாளப்பட்டுக் கவிதையாகவும் தன்னை நிலைநிறுத்திக்கொண்ட சாதுர்யமான முயற்சி எனலாம். சில கவிதைகள் நிறைய வரிகளில் பேசுகின்றன. அவை அவசிய மற்றவையாக இருக்கின்றன. உதாரணமாக 'தவிப்பின் மொழி பெயர்ப்பு' கவிதைக்குக் கடைசி நான்கு வரியே போதுமானது. . .

> நதி மீதொரு சருகு
> என்னவானதென
> மரமும் நினைக்கவில்லை
> நதியும் நிற்கவில்லை.

இந்த வரிகள்தான் நயமாகவும் புதிதாகவும் இருக்கின்றன. மேலே இருக்கிற ஒன்பது வரிகள் தரும் அயர்ச்சியில் இந்த நான்கு வரியும் துலங்கி வராது போகும் ஆபத்துண்டு. இதைப் போல் சில கவிதைகளில் முழுக்கவிதை அயர்ச்சியைத் தந்தாலும் இடையிடையே வைத்திருக்கும் சில வரிகளில் நாம் நம்மைப் புத்துணர்வாக்கிக்கொள்ளலாம்.

> நாளை என்பதே இல்லை போல்
> இன்றின் மேல் வெறித் தழுவல்

என்கிற இடைவரியை வாசித்தபோது இதுவே ஒரு தனிக் கவிதையல்லவா என்று தோன்றியது.

"அன்பின் அலை(க்கழிப்பு)கள்." இப்படி எழுதப்பட்ட ஒரு கவிதை இருக்கிறது இத்தொகுப்பில். அந்தக் கவிதை இப்படி சமர்ப்பிக்கப்பட்டிருக்கிறது – "என் எல்லா நட்பூக்களுக்கும்". உங்களிடம் இதைப் போன்ற அரதப்பழசான குரங்காட்டி வித்தைகளைக் காண வருத்தமாக இருக்கிறது பிருந்தா. நட்பு என்பதை "நட்பூ" என்று எழுதத்தான் இத்தனை தூரம் கால்கடுக்க நடந்துவந்தீர்களா?

இடதுசாரிய கவிதைகளைக் குறித்துச் சொல்கையில் வாணி வெள்ளந்திகளுக்கு அருள்வதில்லை என்று சொன்னோம். துரதிர்ஷ்டவசமாக இப்போது அதையே பிருந்தாவிற்கும் சொல்ல வேண்டி இருக்கிறது. தாய்மையின் பூரிப்பு, ப்ரியத்தின் நெகிழ்ச்சி, பிரிவின் துக்கம், அன்பெனும் புல்லரிப்பு – இவை ஒரு வெள்ளந்திக்குப் போதுமானது. ஆனால் கவிஞனுக்குக் கொஞ்சம் திருட்டுத்தனமும் தேவைப்படுகிறது பிருந்தா. அதை அவளிடம் யாசியுங்கள்.

இறுதியாக பிருந்தாவிடம் சொல்லிக்கொள்ள ஒன்று உண்டு. அது "கவிதையை இன்னும் கொஞ்சம் மதியுங்கள்" என்பதே. கவிதைத் தொகுப்புடனேயே ஒரு விமர்சனவுரையையும்

இணைத்து வெளியிடுவது, அதை உங்களின் வாசகனையே எழுதவைப்பது ஆகியவற்றில் நீங்கள் கவிதைமேல் காட்டுகிற அக்கறை வெளிப்படுகிறதுதான். ஆனால் நான் சொல்ல வந்தது அதையல்ல. "ஒரு கவிதையுடன் எப்படி உறவாட வேண்டுமோ அப்படி உறவாடுங்கள்" என்று சொல்கிறேன்.

இருகூர் **இசை**
18.09.2014